Món Xúp Ngày Thứ Bẩy của Bà

Grandma's Saturday Soup

Written by Sally Fraser

Illustrated by Derek Brazell

Vietnamese translation by Ben Lovett and Nguyen Thu Hien

Sáng Thứ Hai Mẹ gọi mình dậy sớm.
"Dậy đi nào Mimi và thay quần áo để đến trường."
Mình trèo ra khỏi giường buồn ngủ và mệt mỏi,
và kéo rèm cửa ra.

Monday morning Mum woke me early.
"Get up Mimi and get dressed for school."
I climbed out of bed all sleepy and tired,
and pulled back the curtains.

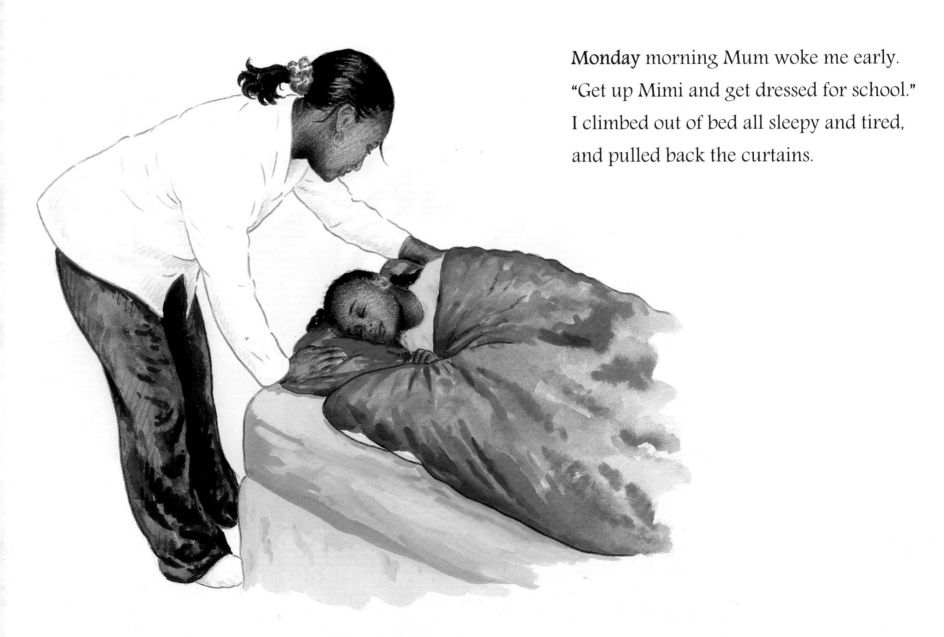

Buổi sáng hôm đó nhiều mây và lạnh.
Những đám mây trên bầu trời màu trắng và
cuộn lên từng đám.
Chúng làm mình nhớ đến bột nhồi trong
món Xúp Ngày Thứ Bẩy của Bà.

The morning was cloudy and cold.
The clouds in the sky were white and fluffy.
They reminded me of the dumplings in Grandma's Saturday Soup.

Bà kể cho mình nghe những chuyện về Jamaica
khi mình đến nhà bà chơi.

Grandma tells me stories about Jamaica when I go to her house.

"Những đám mây ở Jamaica mang đến cơn mưa nặng hạt nhất. Nó giống như là một ai đó mở vòi nước ở trên trời. Hơi ấm thổi những đám mây qua và mặt trời lại ló ra."

"The clouds in Jamaica bring the heaviest rain.
It's like someone has turned the tap on in the sky.
The warm breeze moves them on and the sun comes out again."

Sáng Thứ Ba Ba đưa mình đến trường.
Ngày hôm đó lạnh và đường đi lạo xạo; vì tuyết rơi vào buổi tối trước đó.

Tuesday morning Dad took me to school.
The day was cold and crisp; it had snowed in the night.

Cảnh vật xung quanh màu trắng và mượt mà bằng phẳng và nhìn như là mặt trong của lát khoai từ.
Giống y như là khoai từ trong món Xúp Ngày Thứ Bẩy của Bà.

It's white and smooth and looked like the inside of a sliced yam.
Just like the yam in Grandma's Saturday Soup.

Bà nói với mình là màu trắng của bột cát trên bờ biển giống như tuyết mới rơi nhưng không bao giờ lạnh.

Grandma tells me that the white powdery sand on the beaches looks like fresh snow but it's never cold.

Mình tự nhủ liệu mình có thể làm người cát
bằng cát trắng đó?
Đó không phải là điều tuyệt vời hay sao?!

I wonder if I could make a sandman with the white sand?
Wouldn't that be funny?!

Sáng Thứ Tư tuyết rơi nặng hơn. Trời lạnh
nhưng mình mặc ấm.
Bà kể cho mình nghe những chuyện về
Jamaica khi mình đến nhà bà chơi.

Wednesday the snow fell harder. It was cold but I was wrapped up warm.

Grandma tells me stories about Jamaica when I go to her house.

"Mặt trời chiếu sáng hàng ngày. Mặt trời làm ấm làn da của cháu và cháu chỉ cần mặc quần soóc và áo cộc tay."
Nắng ấm hàng ngày? Quần soóc và áo cộc tay? Mình không thể tin điều đó.

"The sun shines every day. The sun is warm on your skin and you only need to wear your shorts and a T-shirt."
Warm every day? Shorts and T-shirt? I can't believe that.

Buổi chiều ra chơi mình và các bạn làm
những nắm tuyết và ném vào nhau.

At afternoon play we made snowballs
and threw them at each other.

The snowballs remind me of the round soft potatoes in Grandma's Saturday Soup.

Những nắm tuyết làm mình nhớ đến những củ khoai tây tròn mềm trong món Xúp Ngày Thứ Bảy của Bà.

Ngày Thứ Năm sau khi học xong ở trường mình đến thư viện cùng bạn mình là Layla và mẹ bạn ấy.

On **Thursday** I went to the library after school with my friend Layla and her Mum.

Khi chúng mình đi qua công viên chúng mình nhìn thấy những mầm củ bắt đầu mọc lên. Những mầm xanh nho nhỏ mọc xuyên qua lớp tuyết. Chúng nhìn giống như hành trong món Xúp Ngày Thứ Bẩy của Bà.

As we passed the park we saw the little bulbs starting to grow. The little green shoots poked through the snow. They looked like the spring onions in Grandma's Saturday Soup.

Grandma tells me about the wonderful plants and flowers in Jamaica.

"In Jamaica the most beautiful flowers grow wild.

They are all different colours and sizes

and their smell fills the air."

I've never seen flowers like that before,

I wonder if she's only joking?

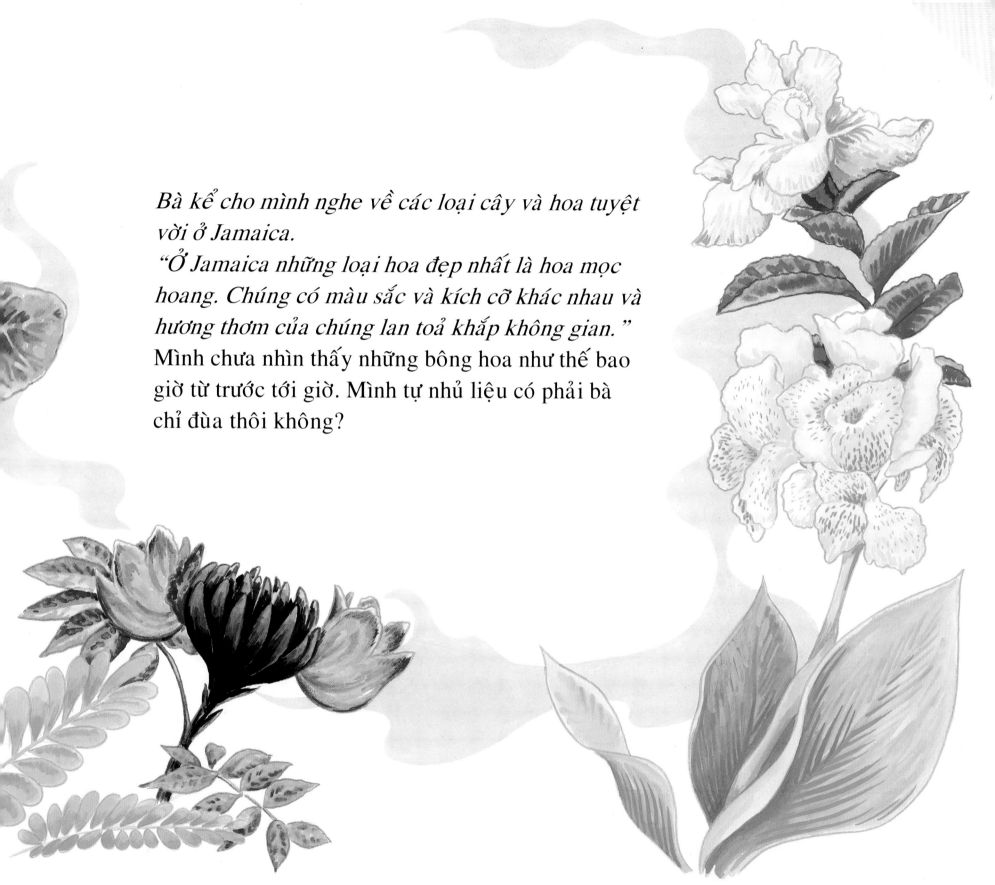

Bà kể cho mình nghe về các loại cây và hoa tuyệt
vời ở Jamaica.

"Ở Jamaica những loại hoa đẹp nhất là hoa mọc
hoang. Chúng có màu sắc và kích cỡ khác nhau và
hương thơm của chúng lan toả khắp không gian."
Mình chưa nhìn thấy những bông hoa như thế bao
giờ từ trước tới giờ. Mình tự nhủ liệu có phải bà
chỉ đùa thôi không?

Vào ngày Thứ Sáu Mẹ và Ba bị muộn giờ làm.
"Nhanh lên Mimi, hãy chọn lấy một quả để mang đến trường."

On **Friday** Mum and Dad are late for work.
"Hurry Mimi, choose a piece of fruit to take to school."

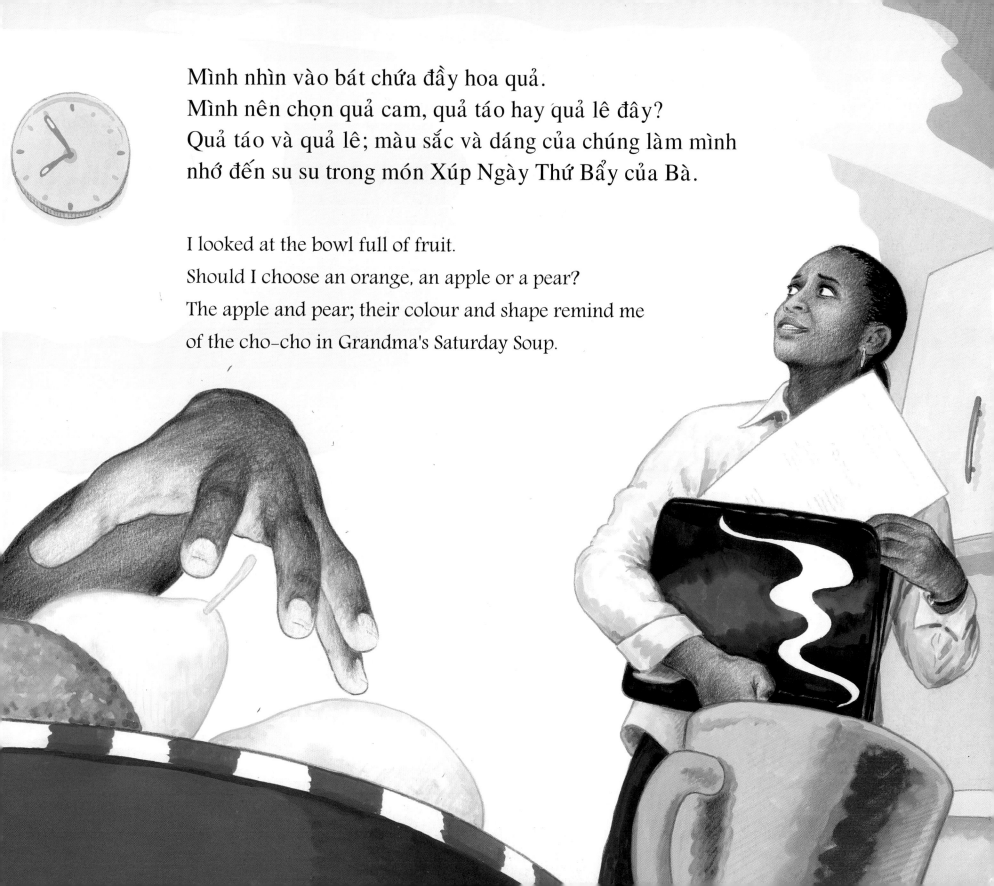

Mình nhìn vào bát chứa đầy hoa quả.

Mình nên chọn quả cam, quả táo hay quả lê đây?

Quả táo và quả lê; màu sắc và dáng của chúng làm mình

nhớ đến su su trong món Xúp Ngày Thứ Bẩy của Bà.

I looked at the bowl full of fruit.

Should I choose an orange, an apple or a pear?

The apple and pear; their colour and shape remind me

of the cho-cho in Grandma's Saturday Soup.

Bà kể cho mình nghe về những loại quả ở Jamaica.
"Ở Jamaica cháu có thể đi bộ đến trường và hái quả từ trên
cây, quả xoài chín mọng, tất cả đều mềm và ngọt."

Grandma tells me about the fruits in Jamaica.

"In Jamaica you can walk to school and pick a piece of fruit

from a tree, a ripe mango all juicy and sweet."

Sau khi học xong ở trường, cũng như là một phần thưởng vì đạt điểm
cao, Mẹ và Ba đưa mình đến rạp chiếu phim.
Khi mình và Ba Mẹ đến rạp mặt trời chiếu sáng, nhưng trời vẫn lạnh.
Mình nghĩ mùa xuân đang tới.

After school, as a treat for good marks, Mum and Dad took me to the cinema.

When we got there the sun was shining, but it was still cold.

I think springtime is coming.

Bộ phim thật tuyệt vời và khi Ba Mẹ và mình ra khỏi rạp mặt trời đang lặn sang phía bên kia của thành phố. Khi mặt trời lặn xuống nó to và vàng rực giống y như là bí ngô trong món Xúp Ngày Thứ Bảy của Bà.

The film was great and when we came out the sun was setting over the town.
As it set it was big and orange just like the pumpkin in Grandma's Saturday Soup.

Bà kể cho mình nghe về mặt trời mọc và lặn ở Jamaica.
"Mặt trời mọc sớm và làm cho cháu cảm thấy phấn khởi
và sẵn sàng cho một ngày mới."

Grandma tells me about the sunrise and sunsets in Jamaica.
"The sun rises early and makes you feel good and ready for your day."

"Khi mặt trời lặn và cô trăng lên thì một triệu ngôi sao nhìn giống như là kim cương sáng lấp lánh trên bầu trời đêm cũng lên theo."
Một nghìn ngôi sao, mình thậm trí không thể tưởng tượng ra nhiều như thế.

"When it sets and the moon comes out she is followed by a million stars that look like diamonds twinkling in the night sky."
A million stars, I can't even imagine that many.

Mẹ đón mình sau lớp học múa. Ba Mẹ và mình đi về bằng ô tô. Ba Mẹ và mình lái xe xuống đường và qua trường học của mình. Ba Mẹ và mình rẽ trái ở chỗ công viên và qua thư viện. Xuyên qua thành phố, kia là rạp chiếu phim và từ đây không còn bao xa.

Mum picked me up after class. We went by car.
We drove down the road and past my school. We turned left at the park and on past the library. Through the town, there's the cinema and not much further now.

Mình rất đói. Thực sự là đói. Cuối cùng thì
Ba Mẹ và mình cũng đến tới nhà bà.

I was hungry. Really hungry. At last we arrived at Grandma's.

Mình chạy đến cửa chính và có thể ngửi thấy mùi thơm ngon.
Đó là chuối xanh, su su và khoai từ, bột nhồi, khoai tây và bí ngô...

I ran to the front door and could smell a delicious smell.
It's green bananas, cho-cho and yams, dumplings, potato, and pumpkin...

hành, thịt gà, cách tẩm ướp gia vị đặc biệt
của Bà và nhiều bột súp gà.
Đó là Xúp Ngày Thứ Bẩy của Bà!

spring onions, chicken, a good pinch of Grandma's
country seasoning and a lot of chicken stock.
It's Grandma's Saturday Soup!

Vào ngày Chủ Nhật, gia đình mình mời bạn bè đến ăn tối ở nhà mình. Mẹ và Ba là người nấu giỏi, thức ăn của ba mẹ ngon nhưng món ăn yêu thích của mình trên toàn thế giới đó là món Xúp Ngày Thứ Bẩy của Bà.

On **Sunday** we had friends at our house for dinner.

Mum and Dad are good cooks, their food is nice but my favourite

food in the whole wide world is **Grandma's Saturday Soup**.